MÁLUN MEÐ ORÐUM – Ljóðasafn

Cathy McGough

Stratford Living Publishing

Haldræpi

Fyrir mömmu og pabba

Innihaldsyfirlit

þakkir

Kæru lesendur,

Takk fyrir að velja að lesa þennan ljóðasafn eftir mig. Ég skrifaði mitt fyrsta ljóð, "Byrjunin", þegar ég var í menntaskóla. Ljóðlist hefur alltaf verið mitt fyrsta ástarmál.

Þakkir einnig til foreldra minna, sem bókin er helguð, og til ömmu minnar sem var ljóðskáld í sínum eigin rétt.Þökk sé kæru vinum mínum sem fagnuðu orðfærilegum og fræðilegum metnaði mínum.

Og þökk sé þeim sem hjálpuðu mér við að setja þessa nýju bók saman. Ég hefði ekki getað gert þetta án ykkar!

Eins og alltaf, GÓÐA LESTUR!

Cathy

Borgir í loftinu

Ég bygg þig eins og turni

Og loka þér svo inni

Það eru of margar gluggar

Það er of langt niður til jarðar.

Þú situr á hásæti þínu

Varnar hverri einustu öfl

Vegna þess að þú sérð mig sem skugga

Af skilnaði móður þinnar.

Og það kann að vera minna en ást

Og það kann að vera meira en hjá flestum

En það er eitthvað, sem vex sterkara.

Ég les þig eins og bók

Síður þínar fletast vítt

Án þess að blikka eða líta

Það virðist sem sálir okkar treysti hvor annarri.

Og það kann að vera minna en ást

Og það kann að vera meira en hjá flestum

En þetta er eitthvað, sem vex sterkara.

Það þarf ekki að vera sú tegund ástar

Sem mun endast að eilífu

En ég kýs frekar að eiga hluta af ástinni

En að eiga enga ást yfirhöfuð.

þetta er til að koma þér aftur

Andlit, sem hverfa inn og út úr huga

Minnur um stjörnur, sem skinið hafa

Upphaf og endi

Þröng einmanaleiki

Hver eru þessi fólk?

Barnið birtist í blóma lífs síns

Þrýstir andliti við gluggann

Hún veltir fyrir sér hvað sé sannleikurinn

Athygli hennar virðist dofna

Þegar hún augum rýnir í nammið umhverfis sig

Og veltir fyrir sér hvort það sé ókeypis.

Barn, sagði mamma þín þér ekki

að ekkert fáist ókeypis

allt hefur sinn verðmiða

allir verða að greiða gjald.

Andlit, draumar úr fornum tíma

allir dofna og mynda ný ljóð

á meðan við fylgjum í fótspor

dauðra hetja okkar

leitandi að andlitum

sem ekki eru til

Vinnudagur

Dapurlegur klefi

Púðaður

Lilfólar veggir

Inni í kassa

Fanginn.

Reyndi að komast út

Á reynslulausn

En féll aftur inn

Áður en ég gat

Drifið mig út

Hér í þessum stað

Eru vélar

Sem tala þig inn á

Að vinna

Sem vél

Og þegar þú neitar

Brjóta þær þig niður

Þú brotnar niður

"Hlustaðu, lyklaborð

Án míns

Ertu ekkert!

Ekkert sem ég segi!

Mundu bara það

Ok þá. Ok."

Þráðlaus mús

Nýtir sér

Tækifærið

Til að flýja

Stökkur &

Plontar sér í

Extra extra stóran

Bolla af kaffi.

Gufandi

Streymandi

GRIÐLANDI!

Litli eldur

Úps!

Bláfalke og kókaburrar

Það skiptir engu máli þó ég viti ekki nafn hvers blóms

Það skiptir engu máli þó ég viti ekki nafn hvers fugls

Að vera nýliði í þessu landi hindrar mig ekki

Í að lofa bæði með verkum og orðum.

Stundum finnst mér þetta næstum því eins og heima

Að reika marklaus með engin bönd við fortíðina

Á öðrum dögum finnst mér þetta eyja vera sál mín

Og ég velti fyrir mér hvort þessi ástaráferð muni vara.

Þá eru dagar þegar mér finnst ég vera svikari

Þrái hluti sem ég get ekki lengur öðlast

Þá sé ég flaggið frá fæðingarlandi mínu

Sem kallar mig aftur enn og aftur.

Svo hvað er það, þegar þú fæðist einhvers staðar

geturðu nokkurn tíma alveg skilið þann stað eftir þig?

Eða geturðu elskað hið nýja og elskað hið gamla

í hjarta þínu, sem og í huga þínum?

Brátt munu bómullarskýin víkja fyrir silfurfuglinum mínum

Fyrsta ástin mín bíður með faðminn opinn

Hvítu trillíumarnir munu kyrkja mig í ilmandi kossum sínum

Á meðan bláir jái og kúkabarar rekast saman.

allt nema ástin

Þú gafst mér blóm

Þú gafst mér nammi

En það var ekki nóg.

Þú tókst mig í bíltúr

Á fína staði

En það var ekki nóg.

Þú gafst mér allt

Sem þér datt í hug

Allt nema ást

Já, allt nema ást.

Þú sagðir mér brandara
Þú létst mig hlæja
En það var ekki nóg.

Þú gafst mér tíma
Þú gafst mér pláss
En það var ekki nóg.

Þú gafst mér allt
Sem þér datt í hug
Allt nema ást
Allt nema ást.

Hversu lengi ég beið eftir blíðu kossi
Eftir merki, hjónabandsboði eða hring
En dag eftir dag, ár eftir ár
1 + 1 varð að engu.

Þú sagðir mér brandara

Þú létst mig hlæja

En það var ekki nóg.

Þú gafst mér tíma

Þú gafst mér pláss

En það var ekki nóg.

Þú gafst mér allt

Sem þér datt í hug

Þegar allt sem ég vildi var ástin þín

Kæri, allt sem ég raunverulega vildi var ástin þín

Persónugerð

Snýst í kringum þig

Eins og snúningsdúkka

Ábyrgðarlaust

Hoppandi milli veggja

Eyðandi sjálfan sig

En troðandi áfram

Tekur sér ekki tíma til að hugsa

Eða anda

Veggirnir færa sig

Eins og senur úr heimamynd

Liturinn blandast saman

Fer úr böndunum

Loftið flýgur yfir og undir

Og blandast saman við gólfið

Eins og barn með kaleidoskópÞú breytir rammannum

Nærð ánægju úr laginu mínu

Þangað til ég losna

Og flýg út um loftið

Í merkingaríkari samband.

Pappírsdúkka

Pappírsdúkkan er flækt í vindi hvirfilbylsins

Tilfinningalaus snýst hún og snýst

Umhverfis og umhverfis, ballerínulík pirúettur

Sem kasta lífsins mistökum og eftirsjá fyrir augum.

Í örvæntingu reynir hún að losna úr klónum

Í eyrum hennar hvíslar vindurinn nauðgun.

Pappírsdúkkan er rifin í sundur

Einungis minning um það sem hefði getað orðið.

Hún finnur engan sársauka því hún er aðeins barn

Hún finnur ekkert.

Heyrðu öskur barna sem vafast og snúast

Í draumum sínum

Verndið þau fyrir hvirfilbyljum lífsins.

Hlaupið, börn, hlaupið,

Engar keðjur eru lengur til að binda ykkur.

Verndið þau fyrir hvirfilbyljum lífsins.

þú vaknar á meðan ég sef

Þú vaknar á meðan ég sef

Pakkaðu töskunum þínum

Kysstu mig á kinnina

Þú hvíslar mjúklega " bless "

Ég horfi á þig fara

Þó þú munir aldrei vita

Því í augum þínum

Sef ég rólega

Sný baki við tóma rými þínu

Tár, hrotur, vorkennandi mér sjálfum

Svefninn er velkominn

Andi minn leitar að þínum

Þeir leika eltingaleik saman

Ást okkar er eins og hún var áður

Ég er þú. Þú ert ég.

Sólin vekur morguninn

Ég rétti höndina að tóma rými þínu

Ég er umlukinn faðmlagi þínu

Ástin færði þig aftur í dag

Ástin færði þig aftur til að vera.

Þú vaknar á meðan ég sef

Pakkaðu töskunum þínum

Kysstu mig á kinnina

Þú hvíslar mjúklega " bless "

Ég læsi hurðinni. Ég festi keðjuna.

Þetta atburðarás mun aldrei gerast aftur.

Matur fyrir músuna

Kom til mín, mitt fallega lauf

Fall í faðm minn sem bíður þín

Baðaðu mig í fljótandi lit þínum

Flögraðu til mín með náð.

Lauf, kalla þeir þig sálarlausan

Ég segi að það sé rangt

Því þú dansar í samhljómi

Á meðan vindurinn spilar þitt lag.

Nú tek ég þig í faðm minn og græt

Yfir blæðingu æða þinna

Litur rennur í lit: fegurð

Þetta eru leifar þínar.

Krasandi, kjaftfullur félagi

Kítlandi skósolettur

Haustleg innblástur:

Fóður fyrir músuna.

Tjald af þoku

Í gegnum þykkna þoku
sá ég par marmara augna
sem endurspegluðu ekkert, hvæstu
og hallaðust í dulbúning sinn

Stjörnur féllu eins og snjór
í sterka skynjun þeirra
heillaðar af glampa þeirra
ég gekk í átt að þeim.

Ónæmir og tómir voru þeir
Sendandi þögla geislun sína

Í gegnum þykkri þoku ég sá

Að tunglljósið hafði byrjað að bræða

Ég rétti upp hendur til að grípa sannleikann

Dómurinn kom, ég missti æsku mína.

Allar tilfinningar mínar tæmdar

Um morguninn var eftir

Undir skýru og grábláu lofti

Tvö pör af marmara augum.

Síðasta dansinn

Haldandi myndinni þinni í örmum mínum

Dansandi saman þvert yfir gólfið

Næstum því eins og það hefði getað verið

Ef þú hefðir aðeins elskað mig meira

Nóg nálægt til að finna hjartsláttinn þinn

Sveiflandi saman í ímynduðu skýi

Málandi heiminn í glæsilegum gljáa

Hláttrandi nafni þínu hátt.

Dansandi, þótt tónlistin sé lokið

Með tárum rennandi niður kinnar

Því ég hef séð hvað hefði getað verið

Og misst það án nokkurrar minningar.

Ég get flogið

Stend á brúninni

Gnýjandi vindar

Flögrandi ermar

Ávallt tilbúin

Þrá

Einmanaflug

pilsin bylgjast

Vinstri fótur aftur

Hægri fótur fram

Spennt

Sjáðu englana

Rétt þar

Koparhár fljóta

Vörur smakka

Hafsalt

Taka allt

Inn

Vita

Hver ég er

Hvers vegna ég er hér

Vængir

Flögrandi

Slá slá slá

Ég veit

Að ég verð

Að svífa.Því

ég lifi

á brún

hugmyndafluginu

þar sem fætur

þrá ekki lengur

jörðina

ég sé

allt

frá einstöku

sjónarhorni

ég er skáld

höfundur

og

ég get flogið.

Á yfirborðinu

Spegill,

Þú endurspeglar mig með endurtekningu

Ritað um allt mig

Er holdlitað óvíst.

Spegill,

Þú spotta fullkomnun

Með þessari óheftu endurspeglun

Og niðurstaðan er ætíð sú sama

Í rammann þinn: Ég breytist ekki.

Skrifað milli línanna

Dulið ljóðrænt

Óhjákvæmileg einkenni

Flæða í óhljómi.

Spegill: Ég festist við það sem ég sé

Því ég er þú, út og inn

En stundum endurspeglun

Óska ég þess að ég líktist þér.

Fallega litla veran

Fallega litla veran

Sitir skrautlega

Heilsar öllum sem inn ganga

Með mestu kurteisi.

Hún er fallegasta stúlkan

Sem þeir hafa nokkru sinni séð

Með gullnu hári

Og grænu augun.

Hún er postulínsdúkka

Sem fengið hefur líf

Einu sinni mun hún gera einhvern mann

Að yndislegum eiginmanni.

Fallega litla veran

BrOSir eins og engill

Syngjandi barnavísurFyrir foreldra sína

Hún talar aðeins

Þegar henni er talað til

Hún hugsar aldrei -

Á enga ástæðu til

Hún er falleg eins og mynd

Myndin myndi skammast sín fyrir Mona Lisa

Og þetta barn konu

Spilar kurteisisleikinn.

Fallega litla veran

Spyr aldrei

Um réttmæti foreldra sinna

Vegna þess að allt sem hún hefur nokkurn tíma verið

Var engill

Á jólatré þeirra.

CRUCI-FICTION

Líkaminn þinn er bundinn
Í laginu eins og kross
Þú hangir þar í örvæntingu
Um alla eilífð.

Þeir hefðu lagað
Hendur þínar og fætur
En naglarnir voru ryðgaðir
Og kíghneyksli
Var enn ófundið.

Þeir hefðu grætt

Hliðarnar á þér

En þegar þeir stóðu

Við hlið þér og litu

Í gegnum gígantsgatið

Útsýnið af heiminum

í gegnum sál þína

Var stórfenglegt.

Þeir hefðu fjarlægt

Krónuna

En blóðblettirnir

Fellu niður á ennið á þér

Mynduðu lögun

Eins og viðkvæmar

Rósablöður.

Ég færi mig milli stöðva

Þrýsti fastar

Um svörtu krossmolaruna

Hún brotnar

Perlur rúlla um allt:

Undir bekkjunum

Í göngunum.

Ég lút

Þegar ég tíni hverja litlu

Svörtu rósablöð

Svo safna þeim saman

Í hattinn minn.

Úti

Vindurinn grípur þau

Lyftir þeim

Upp til himins

Svartar krár

Hávaeflast úr seilingu

Láta falla teppi

Yfir heimilislausa

Trúuðu

Ótrúuðu

Og mig.

RESURRECTION

Drífandi í tómarúm

Breiðist út sem orðrómur

Lauf flýtur niður lækinn

Eimingdvöl úr draumi.

Laufið muldað og brotið

Skolið upp á land

Sykruhúðað af sandi

Lífslaust um aldur.

Laufið þornar og fæðist á ný

Lyft af engils andblæ

Gabriel blæs í lúðuna

Laufið eftir dauða.

Hvötin

Hann spurði mig og ég sagði "Ég get það ekki"

Hann spurði mig og ég sagði "Ég ætla það ekki"

Hann spyr mig á hverjum degi. Hann spyr mig á hverri nóttu.

Hann hangir í kringum mig í þeirri von að einn daginn gæti ég það.

Ég tef og aðeins ég veit af hverju.Ég er ekki að leika mér að völdum! Ó nei, ekki ég!

Því ég hata að særa manninn minn.

Það er ekki auðvelt að sjá fullorðinn mann gráta.

En samt verð ég að hafna honum.

En samt verð ég að sjá hann draga augabrúnirnar saman.

En samt trúi ég að hann muni vera.

(Ég held að hann elski mig, að auki.)Einn daginn mun ég verða viss.

Einn daginn verður tíminn réttur.

Ég mun opna hjarta mitt fyrir honum

Og myrkrið mun breytast í ljós.

Ég vona að allt þetta leyndaræði

Muni ekki eyðileggja framtíð okkar.

Þú sérð:

Þetta tafir er ekki eingöngu tilviljun

Hann er eins og Astaire og ég get ekki dansað.

Byrjunin

(Fyrsta ljóðið sem ég nokkurn tíma skrifaði.)

Ég sat

Í myrkrinu

Það var ský

Sem vildi einfaldlega ekki hverfa.

Ást

Hjarta þitt hafði kólnað

En þegar þú sagðir mér það

Var ég of ringlaður

Til að skilja að þú varst að reyna að segja mér

Sannleikann.Nú

Til allra

Á jaðri skógarins

Syng ég.

Sál mín réttar úr sér

Syng ég

Þangað til rödd mín endurómar

Og ég man

Að þetta var "okkar lag"

Og lækning hefst.

Af hverju ég?

Kórinn spilar endurtekið

Rjúkandi innri sátt

Því fantasían með óskammgæfðri töfrum

Sendir ást mína í armar annars.

Minningar brotnar á jörðinni

Raddir þaggaðar niður af feimnum augnabrúnum

Hlátur, ringulreið en c'est la vie

Aðlögun að kyrrlátri raunveruleika lífsins.

Ó, regnið er endalaus

Og andvari sendir um aldur

Samúðarboðskap til mín.

Í óvissri morgundag

Drúpu-drúpu dropanna

Munu brjóta þögn í eyrun mín

Og tárin skilja mig stein-kaldan

Í enda regnbogans

Safna mér potti mínum af gulli.

TRÉÐ

Hversu mörg ár

Hversu lengi, hversu gamalt?

Trjárænir hugsa,

Kímar þekkingar blómgast.

Ná til morgundags

Til guðs alls sköpunar

Englahendur rétta úr sér

Í trélegri hvatningu.

Gróðursetja og endurgróðursetja,

Mynda sýn sem er sönn fyrir náttúruna

Í gegnum vind og rigningu

eru þau risavaxin í uppbyggingu.

Ef guð skapaði nokkurn tíma eitthvað sem þarfnast ástar

verður það að vera tré

Því menn hafa aðeins tvær hendur

til að snerta, til að biðja, til að þrá

En tré hafa greinar, sem vaxa út úr greinum

beygja sig fyrir tómleika í hringleik lífsins.

Augu
himinsins

Þetta var í upphafi

Áður en tíminn stöðvaðist

Lengi áður en hann

Gat í svefn minn gengið.

Ég veit þú munt ekki muna

Eftir síðustu orðin hans

Áður en predikarinn

Yfirlýsti að ástin mín væri dáin.

Ástin mín talaði um marga engla

Sem væru að sækja sál hans

Hann flakkaði inn og út

Og missti loks stjórnina.

Ég hneigðist niður við hlið hans

Reyndi örvæntingarfull að gráta ekki

En tárin flæddu

Og svona kvaddi hann:

"Engin tár, engin tár

Guð er að sækja sál mína

Ég sé stjörnurnar koma

Nær að rúminu

Þær glitra og glóa

Inni í huga mér

Og draumurinn minn

Er að rætast.

Mér er ætlað að skína

Og leiða þig.Óskaðu þér eitthvað af mér

Óskaðu þér eitthvað af mér."

Í kvöld og á hverju kvöldi

Keðja stjarna lýsir veginn

Augun þeirra endurnærða anda minn

Þegar nóttin hverfur í dag.

Ástin mín er stjarna á himni

Drifandi í faðmi geimsins

Og einn dag munum við vera saman

Á öðrum tíma og stað.

Síðasta stig

Ljósið skín í gegnum andlit skýjanna

Blái liturinn skín skýr í gegnsæju augunum þínum

Rigningin getur ekki blindað þessa himnesku faðmlagi

Tárin geta ekki flekkað þetta kristallíska andlit

Berðu ekki sársaukann, lokaðu ekki huganum

Tár eru að falla, láta mig blindan

En ég get alltaf dregið úr þér, úr ástinni.

Ef að tilviljun losnar belgurinn þinn úr fangelsiKenndu ekki örlögum né örlætinu um

Að ná til bólunnar þinnar gæti valdið því að hún springi

Að láta bóluna þína springa væri banvænt mistök

Því jafnvel skýin öfunda keðjufangana

Of frjáls eru þau, ferðast án fyrirskipunar.

Retuðu ljósmyndina sem er útlínulögð fyrir barnið

Örlögin leita að hinum hógværum og blíðum

Fylltu tómar andlitsdráttir með nokkrum gleymdum andlit

Endurtaktu og haltu síðan áfram.

Lag úr sjónum

Þá var það auðvelt

Að reika

Án ákveðins marks

Án áhyggna

Eða neins

Sem efast um tilveru þína

Eða brjóta upp draum þinn.

En svoÉg kom

Og allt í kringum þig

Virkaði ósatt

Og óréttlátt

Og þú fannst öðruvísi

Og þú reyndir að móta mig

Svo að ég

Passaði inn í þitt rými

En svo varð ekki

Það var of erfitt

Að finna leið

Sem héldi okkur saman

Þegar við vorum bæði að ganga

Á þunnum ís.

Hvor okkar gæti farið

Hvor okkar gæti dvalið

Það var auðvelt þá

Áður en þú létst mig sökkva

Í þriðja sinn.

Málari sem aldrei yrði.

Litir kölluðu til hans

Um nóttina

Gigtveikar

Óstöðugar

Aldraðar

Óvissar

Hann reyndi

Árangurslaust

Að skapa

Snilld

Til að lifa áfram

Eftir að hann var farinn

Í staðinn

Réðust heimar á

Haf og himinn blæddu saman

Brósöm dama grét

Hrasandi

Stígandi

Renndi sér á

Litaspjaldið

Málninguna

Líkamann

Einn.

Pensill

Málari

Einn.

Sólin reis

í friði og kyrrð

Þegar hann gekk

að

Brún

fjallsins.

Hann rann

af málningarpenslinum

Í opnar faðmlagar

Hafsins

Þar sem hann varð

Málari sem aldrei yrði.

FALLEGT SOLARLAG

Fagurt sólsetur

Kveður sjóinn

Himneskur faðir

Réttir hönd til hinna frjálsu

Líflegar myndir,

Ná í eilíft

Litir dansa

Vindandi slóðir

Fara hver veit hvar

Snúnings ský

Ástvinir vindsins

Hljómríkir demantar

Syngja nóttina burt

Myrkrið sker skuggamyndir

Mánaljósið í garðinum

Allir eru þögulir

Kyrrir og friðsælir

Þetta er kraftaverk

Kraftaverk náttúrunnar.Augnablikin líða

Dagarnir líða

Árin líða

Og þú dreymir enn líf þitt í burtu

Hvers vegna verður þú að dreyma

Þegar náttúran kallar á þig til leiks?

Strákar með leikföng

Þegar heimurinn er að rifna í saumum

Og við öll erum að leita að svari til að komast í gegnum

Hlustandi á drengina sem hóta með leikföngin sín

Leikföng sem gætu tortímt bæði mér og þér.

Ég stend við fót fljótandi ár

Þrái rödd, rödd skynsemi

Armar vindsins faðma mig svo þétt

Á meðan ég skjálfa við valdalausi mannsins.

Sagan gaf heiminum karla og konur

Leiðtoga sem notuðu penna í stað sverða

Stórskáld sem óttuðust ekki að láta í sér heyra

Til að skrá það sem rétt var.

Dickens, Longfellow, Emerson & Thoreau,

Þeir voru friðarmenn, þeir töluðu fyrir alla

Hvar eru leiðtogarnir, skáldin í dag?Þeim beini ég þessari ákalli.

Því leiðtogar heimsins eru í kreppu

Ég óttast framtíðina – ekki mína, heldur sonar míns

Við þurfum einhvern til að stíga fram og taka völdin

Í stað drengja með vopn og byssur.

Hverjir eruð þið, skáld dagsins?

Hvar eruð þið, heyrið öskur mín!

Talið nú eða þegið að eilífu

Þetta skáld bíður kvítt eftir svörum yðar.

Einn af þeim dögum

Hefurðu átt svona dag?

Þú veist hvaða dag ég meina

Þegar engin tölvupóstur berst

Og þú hefur svarað þeim öllum frá í gær

Og þú óskaðir þess að pósturinn væri sendur með póstþræði

En pósthólfið er tómt

Fyrir utan auglýsingu frá Pizza Hut

Hefurðu átt svona dag?Þú þekkir svona daga

Þegar fortíðin vill ekki hverfa

Og hvorki morgunmaturinn

Hádegis- né kvöldmaturinn

Og þú heldur áfram að vona að verða bjargað

En þú veist ekki hvað frá

Hefurðu nokkurn tíma svona dag?

Þú þekkir svona daga

Þegar mágpía á þvottastrengnum

Horfir á þig, eins og löngu týndur vinur

Einhverjum sem þú hitti einu sinni, anda í lífi þínu

Sem reynir að koma skilaboðum til skila

Og þú veltir fyrir þér hver sendi þér þau

Hefurðu nokkurn tíma átt svona dag?

Þú þekkir þá daga

Þegar einhver sker fram úr þér í umferðinni

Og þú vilt lesa þeim lærdóm

Og þú ákveður að láta það ógert því lífið er of stutt

Auk þess gæti það verið einhver sem þú þekkir

Svik læðast bak við tónuðu glerið

Hefurðu nokkurn tíma átt svona dag?

Þú þekkir þá daga

Þegar blaðsíðan er enn tóm

Og eini viljinn er að fylla hana

En hugurinn er í algjörri ringulreið

Í dag er ég að eiga svona dag

Hefurðu nokkurn tíma átt svona dag?

LISTIN AÐ ALLA UP

Börn eru spegill lífs þíns.

Það sem þau vita, það sem þau læra er frá þér

Þú áhyggjur þig af undirstöðu þinni, það veldur þér ágreiningi

Því allt sem foreldrar þínir kenndu þér er hvað ÞÚ ÁTT EKKI AÐ GERA.

Mundu að börn lifa í hverju augnabliki...

Klikk-klikk-klikk ganga myndavélar í huga þeirra.

Fyrir þau er lífið sælgætisverslun þar sem dagarnir líða

í því að opna umslög, taka alls konar ákvarðanir.

Guð gefur foreldrum tóm striga: barn.

Þegar þú málar skín óskilyrt ást í gegnum

regnbogatengingu foreldra – frá þeim til þín.

Lífið er stutt, tíminn þinn vel varið

að fínpússa listfengi foreldris.

Gufandi

Ást mín og kraftaverk mitt, mitt allt mitt

Hvernig þú hefur breytt tilveru minni

Líf þitt og líf mitt, þau eru fléttuð saman

Daglega sýnir þú örlæti þitt

Fullur til brúnar og tilbúinn til leiks

Ég ýti á hnappana þína, það er löngun mín

Í 45 mínútur, hratt, hraðar, svo hægt

Gufa rís, upp, upp, hærra og hærra

Þú ert þögul þá, í allri þinni dýrð

Með hverjum degi elska ég þig meira og meira.

Í öllum þessum heimi, það er þú sem ég kýs

Það er ekkert eins og góð uppþvottavél.

Ísköldu
hendur
tímans

Ískalda hönd

tímans

Stælir sand

frá barni mínu.

Hann sefur nú

rólega

saklaus

friðsamlega

Stundum snýr hann

að mér

og grætur

eða kvörtar

í sársauka

í svefni sínum

Hann réttar úr sér

Ég strýk

Við snertumst ekki

Við sameinumst

í anda.Oft

velti ég því fyrir mér

hvort hann viti

að

lífsblóðið hans

fyllir

sandklukkuna

og hún

renni

tvöfalt hraðar.

Ég bið

að einn daginn

muni hann

koma heim

að einn daginn

geti ég faðmað

barnið mitt

en núna

er þessi glerkista

allt sem hann þekkir.

Haustsöngur

Laufin knirkja undir fótum mér

Knirk, knek, popp í huga mér

Rísandi, fallandi - skóarsælar kyssast við jörð

Minningar snúast hring eftir hring.

Laufin ilmuðu og voru moskítróma

Við hrúguðum þeim upp til himins - himinháum -

Strá fyrir borgarstúlku. Við stökkum og hrópum "Geronimo!"

Þau voru mjúk eins og nýföllin snjóar.

Haustið tók okkur í faðm sinn og hélt okkur, kærleiksríkt.

Á árstíðabundinn hátt. Við vorum haustbörn.

Við lifnum við – þegar laufin byrjuðu að falla

Andir okkar rákuðust á köllun móður náttúru.

Laufin safnast saman við dyragátt mína, bíða

Systur mínar og bræður hafa komið til að kalla

Andi haustsins lyftir mér úr hjólastólnum

Við dönsum öll saman í haustmarkaði eilífðar.

Hringurinn: þríleikur

Skilaboð til ófædds barns míns

Barn, barn mitt

Verndað frá heiminum

Öruggt í móðurkviði mínum.

Barn, barn mitt

Óséandi og ómeðvitað

Um heimsins örvæntingarfulla stöðu.

Barn, barn mitt

Þú ert ég.

Ég er móðir þín.

Barn, barn mitt

Ég er þú.

Ég mun elska þig eins og enginn annar.

Barn, barn mitt

Friður. Biððu fyrir friði.

Tíminn læknar ekki allar sorgir.

Barnið mitt, barnið mitt

Friður. Biððu fyrir friði.

Þú ert vonin fyrir alla morgundaga.

Barnið mitt, barnið mitt

Hjartað slær, útlimir myndast

Þú ert ófætt, hinn saklausi.

Barnið mitt, barnið mitt

Þú ert von mín um framtíðina

Þú ert framtíðin, fyrir alla.

Hringurinn: þríleikur

Góða nótt, litli minn

Himnaríki er ekki langt í burtu

Þangað er hann farinn að leika sér

Dansandi á léttu skýi

Blindandi alla á flugi sínu

Litla andinn sem bjó í mér

Nú er sál hans leyst úr læðingi

Kviður minn er tómur, hann er horfinn

Og samt er ég ekki eins og ég var áður.

Að sjá hann, líflausan og bundinn

Lífsins endir rétt nýbrotinn.

Gefst upp, barnið mitt er ekki lengur mitt

Í himninum, eilíflega guðdómlegt.

Hringurinn: þríleikur

LITLIR ENGLAR

Sssssssss.

Hlustaðu.

Ég heyri þau syngja

Hlustaðu.

Heyrir þú þau líka?

Hlustaðu.

Röddur þeirra

Fylla hjarta mitt.

Það er svo fullt

Ég óttast

Að það muni springa

Inni í mér.

Hlustaðu.

Hættu því sem þú ert að gera og

Hlustaðu.

Treystu mér.

Hann er þar með þeim.

Hlustaðu

Með öllu hjarta ykkar og sál.

Hlustaðu...

Sssssssssssssssssss.

Hjónabandsbæn

Þegar myndin í rammanum sprakk

Og brúðkaupsheitin renna þér úr minni

Þegar aðeins minningarnar halda velli

Og sorgartárin gera þig blindan

Þá skaltu kannski ganga burt

Snúa baki við öllu sem þú veist

Kannski er kominn tími, þú hefur reynt allt

Og enn finnur þú þig dálítið tóman.

Áður en þú ferð og pakkar töskunum

TALDU við þann sem þú elskar, réttu úr þér hönd

Opnaðu hjarta þitt, sál þína fyrir honum

Og kannski getið þið leyst allt saman

Alltof oft gefum viðstörðum og förum

Þegar við teljum að við höfum gert okkar besta

Ef ástin var til staðar getur hún vaxið aftur

Jafnvel eftir stutta hvíld

Nú er ég ekki að mæla með því að vera áfram í ofbeldissambandi

Í því tilfelli verður þú að leita til nýrra vídda

En ef þú telur samband ykkar hafa not

Láttu þá hjartað leiða og þú fylgir

Því heimurinn er einmana og kaldur

Án einhvers sem þú getur deilt með

Og mundu að þú ert að eldast

Og einhver rétt hjá þér ber umhyggju.

Svo byrjaðu aftur, taktu rómantíkina af hillunni

Blésaðu lífi í samband sem er orðið gamalt

Þú munt ekki sjá eftir því, gerðu það fyrir sjálfan þig!

Sannur ást mun aldrei nokkurn tíma bregðast.

Frábær hugmynd

Fegurðin kælir aldrei

Þá sem gráta

Fegurðin hlýjar aldrei

Köldu kveðjunni

Þegar hjartað blæðir

Þarf egóið næringu

Og fegurðin er engin afsökun

Því hún kælir aldrei

Þá sem gráta

Þegar þú ert ástfanginn

Er fegurðin alls staðar

Þegar þú ert úr ást

Einasta fegurðin er í örvæntingu.

Faðir og sonur

Faðir kennir syni að verða maður

Sonur kennir föður að verða aftur barn

Saman ganga þeir hönd í hönd

Að horfa á þá er mér svo dásamlegt

Þeir tveir eru töfrar í leik

Að horfa á Thunderbirds á laugardegi

Faðir áhyggjufullur, getur hann verið maðurinn

Sem barnið hans dýrkar, vissulega getur hann það.

Því barnið hans sér hann sem sterkan og hlýjan

Og hann mun vernda hann frá öllu illu

Myndi ekki bregða honum fyrir neitt á jörðinni

Faðirinn elskaði hann löngu fyrir fæðingu hans

Faðirinn kennir syni að verða maður

Svona hefur það verið frá upphafi tíma.

Skammvinnur

Og ég mun líða hjá þér eins og andvari

og mun hvorki snerta né skilja eftir spor

að ég hafi verið þar.

Aðeins sæta ilminn

af engjasólblómum og klóveri.

Mér gleymir þú ekki, barn

Gleyma mér ekki, barn

Af gullna akrinum

Láttu þau falla

Og boðskapurinn mun opinberast

Ekki nota krónublöðin

Til að fela tárin

Ekki skjölda þig

Fyrir háð þeirra

Því fegurð þín er of mikil

Til að nokkurn tíma verði hulin

Gleyma mér ekki, barn

Af gullna akrinum.

Hendur

Hendur

Við verðum að meta

Hendur

Til að halda

Til að ná til

Of kaldar

Til að kenna

Hendur

Færast yfir síður

Yfir líkama

Saklaus snerting

Hendur

Haldið

Brotin loforð

Fingur

Nú lausir

Kassar

Fylltir af

Brotnum hringjum

Hendur

Við verðum að fegra

Hendur

Tómar

Hendur

Lúin

Hendur

Sem ná til

Hendur

Hugmyndir flæða

Úr þessum höndum

Fegrað ætíð

Eru hendur

Listamanns.

HANN
ELSKAR MIG

HANN ELSKAR MIG EKKI

Þar óx blóm

Það var nýtt og vorlegt.

Ég tók blómið

Til að sjá hvort ástin okkar væri sönn.

Ég plokkti krónublöðin

Og ríf það allt í sundur

Á meðan myndin birtist

Í vonarfulla hjarta mínu.

Þar á flauelsgrænni grasi

Lá dauða blómið eftir.

Og sem drottning hjartans

Rignti ég.

IGNORAMOUS

Ég missti þig í morgundeginum,

í gær sem aldrei leið.

Ég lokaði augunum í sorg,

áður en augnablikið leið.

Ástin hvarf, þú með henni,

aldrei hefði ég talið

að þetta gæti hent einhverjum eins og mér.

Það minnsta sem þú hefðir getað gert

var að kveðja mig almennilega!

Settu plástur

Ég setti plástur á púsluspilið þitt

eftir að bitar þess dreifðust um allt

Ég var björgunarvestið þitt

þegar þú veltaðir um í sjónum

Ég saumaði saman brotna hjarta þitt

molað, ónýtt til laga

Ég dró þig upp, lyfti þér

úr dýpstu örvæntingu.

Nú er ég falinn í þessu hugmyndahúsi

að leita að góðmennsku og leiðsögn

Spyr enginn, hver mun laga mig?

Spyr loftið, hvernig getur þetta verið?

Ég gerði þig að mínu verkefni, mínu góða verki dagsins

Ég tók allan sorgleik þinn

Til baka rífur þú hjarta mitt í sundur

Nú líður mér eins og ég sé í sementssum

Og ég er týnd í troðfullri tómarúm

Vandræðandi, leita að því sem ég finn ekki

Spyr enginn, hver mun laga mig?

Spyr loftið, hvernig getur þetta verið?

Spyrjandi, án þess að vita nokkurn tíma

Af hverju?

Ef ég gæti...

Ef ég gæti

Snúið klukkunni til baka

Gerði ég þig að mínum

Um alla eilífð

Þú varst regnhlíf mín

Á rigningardegi

Þegar þú brosðir

Þurrkuðust allar áhyggjur mínar burt

Ég lifði og ég andaði

Fyrir þig.

Þú hvíslaðir sætum textum þínum

Um ást inn í hjarta mitt

Og ég varð sterk

Og sérstök

Og frjáls

Allt vegna þess að

Þú elskaðir mig

Og sólin skín í gegnumÞegar ég varð eitt með þér.

En eins og laglínan

Ást þín

Doðnaði burt

Og allt sem eftir var

Var síendurtekningin

Af lagi sem spilar áfram

Endalaust

Og sleppir ekki

Við hugann.

Ef ég gæti snúið við

Hendurnar á tímans klukku

Myndi ég gera þig að mínum

Fyrir alla eilífð

Fyrir alla

Eilífð.

SPEGILL, SPEGILL

Spegill, spegill

Á veggnum

Grípurðu mig

Ef ég dett?

Spegill, spegill

Hvað gerir þú

Ef brotin molna

Og myrkrið tekur þig?

Spegill, spegill

Á veggnum

Geturðu sagt mér af hverju

Endurspeglun mín er svo lítil?

ORGEL
Mölva

Kragandi eftir

dapurlega ganginn

Vondur fjólublár

Hrollvekjandi grænn

Fylltist af lyktinni

af rotnu dauðdýri

Mannakjöti

dauðandi

Ógeðslegt.

Sé gamla konuna

Ríðandi á pottinum

Unglinginn dauðan

Ennþá anda

Í takti

Við hljóðið

Af dropanum.

Og um glugga

Á ástarbátnum

Er maður slátraður

Á meðan apa

Stökkur á bak hans

Og einhver

Sem klæðist hvítu

Kastir einni mynt

Í hatt hans.

Endurspeglanir í leðjukolli

Hnetugrænu augun

Narsísísk sýn

Á undirvatnshöll

Hugsi

En tóm

Segja mikið

Um sjálft sig

Til sjálfs sín

Spegilmyndin

Líkir ekki alveg

Sjáanda sínum.

Djúpt inni

Í skýjuðu vatni

Vernduð fyrir

Göllum, sársauka

Og minningum

Sem breyta

Vökvagötu

Í grimassu

Sem endurspeglar bros.

Hlekkjaðir saman

Vatn fellur

Úr munni mínum

Í fötu þína

Rósablöð

Hafa þegar

verið sigtuð

Bræðingarferli

Skipting nauðsynleg

Ástæður

Sömu

Uppsetning ótta

Kómur á undan

Móttöku

Sannleiksermisins

Skírnarathafnirnar

Virðast loks viðeigandi

En hávær röddin sem ýtir frá

Samsetning

Sameinar og skiptir síðan

Aðskilnaður óumflýjanlegur

Það virðist sem við höfum verið

Keðjulæst

Saman hérFyrir ævi

En þú hefur einungis rétt nefnt nafn þitt

Ég heyri þig

Garpandi

Í nóttinni

En ég næ ekki til þín

Abísinn er

Alltof mikill.

MERKI TÍMANUM

Eitthvað er að brjála mig

Það er að keyra mig út af laginu

Eitthvað svo óbærilegt

Að ég gæti jafnvel gefið upp þennan vin.

Sjáðu til, hann er sífellt að kjafta

Að bulla í sífellu, allan sólarhringinn

Skiptir engu máli hvort við erum ein

Eða að versla í 7-11.

Allstaðar sem við förum, gerist þetta

Og athygli hans færist frá mér

Hann fer inn í annað heim

Og ég er með honum, en samt einmana.

Ég vil sífellt segja ÞETTA ER NÓG

Ég get það ekki, ég ætla ekki að þola þetta lengur.

Þú verður að velja, hver verður það?

Það yrði ég sem gengi út um dyrnar.

Sjáðu til, ég er græn augu skrímsli

Öfundsjúk tík sem á skilið að vera ein

Ég veit hvenær ég er slegin út af laginu, ég einfaldlega get ekki keppt

við hringingu farsíma hans.

SVARIÐ

Þú berð grímu

Allan tímann

Ég sé þig ekki

Dulargervi er ekki glæpur

Einsama hjarta mitt

Segir mér sífellt

Að þú gætir verið

Svarið.

Þú berð grímu

Svarta og bláa

Þú ert týndur

Í hrekkjavökulitum

Ég bíð

Í eftirvæntingu

Þú sérð það bara ekki

Að þú gætir verið

Svarið.Ef ég bið þig

um að taka hann af

að sýna mér

hver er á bak við hann?

Myndir þú hlæja?

Og spotta mig

með vitneskju um að

ég verði að vera einmana?

Ég stend fyrir framan þig

langar að kynnast þér

Enn sérðu það ekki

að þú gætir verið

svarið.

DAUÐI SNJÓKORNS

Snjókorninu varð að tár

Það dó samstundis

Það gaf aldrei frá sér hljóð

Þau falla úr skýjunum

Í laginu eins og stjörnur

Og geta ekki lifað af

Þegar sólin vaknar til lífs.

Vatn, vatn alls staðar

Við stígum á þau án umhugs

Ekkert var og ekkert mun verða

Ekki syrgja örlögin.

Fortíðin

Lúra eins og hræætur

Yfir öxlina á mér

Hæðandi

Endalaust

Steypandi sig

Þegar þörf krefur

Oft

Líkt og væri

Vinur

Viðkvæmur

Ég er

Þú ert

Óvinur

Hættu að læðast

Ég er ekki tilbúinn

Farðu af bakinu á mér

Dragandi mig

Niður

Láttu frá þér

Fortíðina.

Óorðaða

Fagurt sólarupprás

Í hjarta mínu

Litróf

Stórkostleg list

Hugur minn hvílir

Á öxl þinni

Brún augu í bláum

Allt sem ég er

Ég er, fyrir þig.

VATNARMELÓNA FRÚ

Ég var fugl

Einusinni

En mér líkaði ekki frelsið

Þegar ég sá hversu langt

ég gæti flogið

Án þess að þreytast

Í sæti í flugvél

Þráði ég að verða

Menn

Þeir virtust

Sterkir og rökréttir

Og ég dáðist að því hvernig

Þeir reyndu

að bæta sig

Á meðan ég snerist í hringi

Berinn af hvellum

Og horfði á börnin mín

deyja úr hungri

Í vorinu.

Og þannig

varð ég

Að VATNARMELÓNA FRÚ

Sem plantaði og sáði

Tíndi og seldi

Soffaði

Hálfan daginn

Vinnaði fyrir engu

Og horfði á börnin mín

Hungra í hel alla árin.

Ég var fugl

Einu sinni

Og mér líkaði ekki

Frelsið

Og nú er það

Það sem ég vil vera

Í stað þess að vera

VATNARMELÓNA FRÚ.

Já, ég var fugl

Einu sinni

En mér líkaði ekki

Frelsið.

Grasið er alltaf grænna

Grasið er alltaf grænna

Það er það sem þeir segja alltaf

Ég myndi frekar vilja vera fugl aftur

En að vera VATNARMELÓNA FRÚ.

Hjartalaus

Að taka þig

Inn í

Lófa

Mínar

Hands og láta

Hjarta þitt

Rennur milli

Fingranna minna eins og

Sandur

Sem blandast

Öðrum viðbjóðum

Á ströndinni.

Að setja þig

Inni í

póstpökk,

þétta hann og

póstleggja þig

til einhvers

stríðhrjáðs lands

C.O.D.

Án heimangreiðslu.

Að setja þig

Á sýningu

Í gler

hulu

Og rukka

fyrir áhorf

Á meðan allir

stinga í þig

með pinnum.

Þá myndi ég

bjarga þér

fanga hjarta þitt

aðeins til að

kreista það aftur.

Hoppa yfir

Eins og pappírsstykki brennandi í eldi

Eins og hatur sem breytist í löngun

Eins og á án ástæðu til að segja sannleikann

Ég missti æsku mína.

Nú er ég orðin gömul og grá

Fegurð mín hefur hrukkast burt

Og mörg drauma hafa glataðst

Allt á kostnað.

Nú geng ég út í garðinn minn

Þar sem dalur blávíola kallar á mig

Ilmur þeirra leiðir mig áfram

Náttúran og ég, aldrei svo sterkar.

Ég horfi með berum augum til himins

og sé regnbogann skikka leið sína

um allt syngja regndropar

smárgræna grasið glitrar.

Sál mín þráir án eftirsjár

til himins eins og stál að segli

það virðist sem hvíslandi gosbrunnar

söngvar för mína: Sætar draumur.

Tekin of snemma

(RITAÐ EFTIR AÐ HAFA HEYRT FRÉTTIR AF MORÐI JOHNS LENNONS)

Og þegar ég gat ekki lengur staðið

Fætur þínir urðu mínir

Og þegar ég gat ekki lengur grátið

URÐU TÁR ÞÍNAR MÍN.

Og þegar ég gat ekki lengur fundið sjálfa mig

URÐI IDENTITET ÞITT MÍN.

Og þegar ég gat ekki lengur trúað

URÐI TILGANGUR ÞINN MÍN.

Og þegar ég gat ekki lengur talað

URÐU ORÐ ÞÍN MÍN.

Og þegar ég gat ekki lengur lifað

URÐI DAUÐI ÞINN MÍN.

Hlátur

Hlustaðu, hvíslaðu, ég er að hvísla
Þetta leyndarmál er mitt, aðeins mitt
Aðeins ég get látið hjarta mitt syngja
Óháð því hvaða góðvild þú berð
Sál mín leitar að öðru merki

Hlustaðu, hvíslaðu, ég er að hvísla
Stundum er lærdómurinn hjartnæmur
Stundum ertu dreginn í röðina
Aðeins ég get látið hjarta mitt syngja
Keðjaður af gullhring þínum
Í þægindaramma þínum situr þú

Hlustaðu, hvíslaðu, ég er að hvísla

Sál mín vill svífa á gullnu vængi

Þar uppi verður heimurinn minn

Aðeins ég get látið hjarta mitt syngja

En samt opinberi ég ekkert

Því hið ókunna getur verið dýrðlegt

Hlustaðu, hvíslaðu, ég er að hvísla

Aðeins ég get látið hjarta mitt syngja.

SCARAMOUCHE

Mynd hans

Skortir efni

Er rammaður inn

Af óþörfum flísum

Frá sál hans.

Molar

Sem einu sinni blæddu

Í baráttu

Eru nú gefnir frjálslega

Spegla

Sjálfsfyrirlitningu.

KÓR

Látum ekki

Vindinn

Blása hann um koll

Látum okkur endurbyggja

Þar sem veruleikinn hefur

Opnað flóðgáttirnar

Látum okkur gera hann

Heilan aftur

Látum okkur gefa

Honum tilgang.

Scaramouche, er opinberaður

Sannleikann má ekki fela.

KORR

Látum ekki

Leyfa vindi

Að blása honum um koll

Endurbyggjum

Þar sem veruleikinn hefur

Opnað flóðgáttirnar

Gerum hann

Heilan aftur

Gefum honum

Tilgang.

Ganga niður stíginn

Ganga niður stíginn

Að Taj Mahal

Samfélagið var að byggja tré

Undirbúandi fyrir haustið.

Kapellur opnuðu faðminn

Að nýja heiminum í bæn

Þær sóttu orðið

Frá áreiðanlegum spámanni

Þá horfðu speglar í augun

Sem voru of blind til að sjá

Fæðingu og uppruna

Sköpunarinnar.

Í dag málar málari foss

Og enginn spyr hann hvers vegna

Vegna þess að við skiljum að allt er

Fyrir anda á himni.

Það er nýja árþúsundið

Þar sem þýðingar eru frjálsar

Við deilum lífi okkar á netinu

Og sköpum tilfinningu falsks samfélags.

Við erum öll fædd borgarar

Á vængjum dúfu

Svarið hefur ætíð verið okkar

Í einu orði: það er ást.

Hindrun

Hindrun sem skilur að

Múrar sem anda

Formaldehýðskítur

Eitra hugi

Með brotum og bitum

Frelsari

Keisari

Allra bolla

Hindrun sem skerðir.

Bræððu loftið

Með orðum

Upplyftingar

Sveppaský

Eru ekki ætluð mannfólki

Hvers vegna brjótast í gegn

Þegar þú getur

Brotið niður?Endurspeglanir frá

Áhyggjufullum vændiskonu

Sem les úr biblíunni

Rýnir í eftirstandandi daga

Ævi sinnar

Vændismakari

Alheimsins

Orðin taka flugið

Eins og leðurblaka í dal

Dauðans

Sveiflandi

Fangin af

Misskilningi

Rangri framsetningu

Bræððu loftið, bræððu.Hindrun

Aðskiljandi

Bráðnaðu með

Huggunarorðum

Skiptir einn

Einn og sami.

Ég fljóta

Frá einni hugsun til annarrar

Það skiptir engu máli

Enginn veit

Og tíminn er endalaus

En samt renna undan

Og ekkert verður gert

Og minningarnar festa mig aðeins

Í þessari tilgangsleysi

Enn frekar.Eitthver er að öskra

(eða er það ég?)

Segðu þeim að þegja

(af hverju er ég að öskra?)

Fugl syngur

Á glugganum mínum

Ég beini allri orku lífs míns

Á hann

Og þegar hann flýgur

Þá fer andi minn

Út í hinn endalausa bláma

Sem ég einu sinni

Tók sem sjálfsögðum hlut.

Smávægileg misskilningur

Skeytir skömmu skelpa

Unglingurinn dró fram byssu

Maðurinn bak við afgreiðsluborðið skalf

Drengurinn lofaði að skaða engan.

Barnið flúði út á götuna

Eins og einmana ský á himni

Hann fann aldrei sársauka ósigursins

Nú heyrði hann sirenurnar kveina

Því lögreglumaður rétt af vakt

Skot hann niður í sjálfsvarnar skyniKveikti

í fæðingu, hugrakklega

Einn dauði til í ofbeldishafi

Merkið hans glansaði í sólskini

Enginn púls var á drengnum

Varlega lyfti riddarinn byssunni

Það var aðeins barnaleikfang.

MACBETH

Þegar þú stígur niður af fjalli þínu

að tölvunni minni við sjóinn

mun ég vinna við gagnavinnslu; tölur.

Hlustaðu á lyklaborðið mitt

sem útilokar veruleikann

klik-klakk tónlist

engin þörf á sjálfsmyndÞú hataðir yfirmanninn þinn

Þú nýttir tækifærið

Kveiktir upp uppreisn

Nú situr þú

Á hásæti hans

Sendir GIC-skjöl niður

Til fátækra sem fá borgað

Fyrir að stimpla sig nákvæmlega

Við sjóinn

Í veiðar munt þú fara

Eftir hvað

Ég veit ekki

En þegar þú finnur það

Þú veist hvar ég mun vera

Gagnavinnsla

Við sjóinn.

KANNSKI

Kannski

Sinfónían

Spilar

of hávært

Tárin

Myndast

Í augunum á mér

Ég heyri

kór syngja

Í huga mér

Það eru textar sem syngin eru

En orðin

eru enn ekki

skrifuð

Kannski

er ímyndunaraflið

mitt

að spila

grín

á mig aftur

Þú ert

að syngja mér

serenöðu

með

sinfóníu

Engin orð eru til

Og samt

Enduróma

orðin

í huga mér.

SÍFÓN

Prestur mun lyfta kraga sínum

Til að fela sig fyrir því sem er til

Hnífur mun skera í kuldann

Til að dæla úr blæðandi úlnliðum

Tígrisdýr mun henda sér á hjartað

Rífa Samarítumanninn í sundur

Enginn sagði gott

Enginn sagði mér að þú værir

En þú varst djöfullega góður

Af því er ég fullkomlega viss

Nú flýgur þú út í geiminn

Andar á glasið

Frost lamaði andlit þitt

Heili sker burt fortíðina

Segðu öllum heiminum

Því þeir vilja vita

Segðu þeim hvernig þú seldir sál þína

Fyrir eitur í nál.

Ósvaraðar bréf

Ég skrifaði þér

Vegna þess að sólin skein

Í þessu rigningarskapi

Þegar ég mundi eftir brosi þínu.

Ég skrifaði þér

Vegna þess að mér langaði í þig

Ég saknaði hlátursins þíns

Og mest af öllu blíðu snertingar þinnar.

Ég skrifaði þér

því þú hélt hjarta mínu

í lófanum þínum

og ég trúði

að sama hversu langt í burtu við værum

myndir þú alltaf vera hér með mér

og ég með þér.

Ég skrifaði þér

og bað um alla eilífð

en hún var þegar liðin

og bréfin bráðnuðu

áður en ég gat sent þau

ég skrifaði þér aldrei.

SVALALÖG

Mónark-fiðrildið.

lyftir sér til himins

Staldrar við um stund

svo svífur áhyggjulaust áfram.

Litur þess flæðir frjálslega

Eins og málning á striga

Vængir þess faðma himininn

Í afslappaðri kyrrð:

Fegurð í hreyfingu.

Dansandi á blómi

Með fínlegri varúð

Ómeðvitað sýnir það

Yfirburði sína

Flögrandi eins og ballerína

Klifrar það til himins

Ég þrái að vera jafn frjáls og

Mónark-fiðrildið.

EVOLUTION

Snjókorn sveiflast í rennu undir þaki

Flissa boðskap til ferðalanga niðri

Evergreinar bursta burt snjókornið

Hylja jörðina með teppi af snjó

Það var grunn kvöld í seinni hluta desember

Tími sem ég vil helst ekki muna

Þegar englar féllu niður á þessa jörð

Sendir af meistaranum til að meta verðleika okkar

Hreinsandi myndir endurspegluðust í lauginni

Þeir fóðruðu og klæddu hvern einasta fífl

Við dönsuðum þar til allar stjörnurnar féllu niður

Og trén erfðu gullna krónu

Tíminn flaug, og fleiri draumar spunnuðust

Englar máluðu bros á alla

Þangað til allt gildi glitraði og var bjart

Glóandi af mátti himnesks ljóss

Við söngum hátt, ein kirkja, eitt lag

Og vantrúaðir gengu til liðs við okkur og gerðu okkur sterk

Þegar drottinn safnaði sálum, voru sumar ekki kallaðar

Þær fæddust inn í náttúruna, og nýr heimur þróaðist.

HEIMURINN Á SEXATIU ANDARTÖKUM

(FER EFTI Á HVERNIG HRAÐT ÞÚ LESUR)

Fótur í munn

Tunga í skó

Gervihnöttur

Sjónvarp líka

Harry Potter

Welcome Back Kotter

Fanginn í tímavöl

Enginn staður til að fara

Að horfa á dauðastríð

Högg fyrir högg

Lyftutónlist

Fíkniefnaneytendur háðir kókaíni

Rolling Stones

Kate Moss

Nagli Brian

Á krossi

Lestir rekast saman

Tölvur hrynja

Háttækni

Star Trek

Munn-til-munn-endurvotun

Hreinn mismunun

Dómari Judy

Að lifa til að vinna

Tutti Frutti

Að vinna til að lifa

Of blindur til að sjá

Verður að sjá til að trúa

Rappandi kristni

Að afhjúpa meyjarstöðu

Teletebjar sem vita

Að syrgja Seinfeld-þættina

Blóm Blóm

Kensingtonsgarðurinn

Joan af Arc

Varir sem brenna

Tennur sem glotta

Börn fædd

Frjáls frá syndÓsonlagið

Drekadreparinn

T-rex

Sama kynið

Kynsala

Að tala í farsímum

Flökkandi vængir

Fljúgandi himinn

Að ná öldunum

Franskar frá McDonald's

Wal-Mart

Hjarta til hjarta

Að ganga á tunglinu

Að sýna tunglið ókunnugum

Úr steikingarpönnunni

Einnig hlaupinn

Dansari dansar

Klæddur í fríu

Enginn virðist taka eftir

Nema keisaranum og mér.

GOSPELAMER

Kóngulóin skríði að
himni duftbláa
Spunni í skýjaþoku
sem tók ár að ná

Þegar hann var næstum á áfangastað
þessi gamli, gráni kónguló
Án þess að hugsa málið
reyndi hann að vefja víðar

Snúnings of óvarkár
fyrir mann í gullöld sinni

Engillinn sem kallast ódauðleiki

tók eftir blaðsíðu hans

Hann var bundinn við vefinn þunnan

Örlögin hótuðu meistaraverkinu hans

Þá rigndi í krafti kraftaverks

Og hann renndi sér til frelsis

Það rigndi í fjörutíu daga og nætur

Ekki var að sjá neinn blett né spor

Aðeins einn gamall og grár könguló

Sem vefði sér leið um borð í Nóa örkinni.

Um Cathy

Cathy McGough er kanadískur rithöfundur sem skrifar barnabókmenntir, ungmennabókmenntir,

bókmenntasögur, sálfræðileg spennutryllingar, ljóð, smásögur og fræðibókmenntir.

Hún býr og skrifar í Ontario í Kanada með fjölskyldu sinni.

EINNIG
EFTIR:

Ung fullorðinn:

E-Z DICKENS OFURHETJA BÓK 1 OG 2 TATTOO
ENGILL; Þrír

E-Z DICKENS OFURHETJA BÓK 3 RAUTA HERBERGIÐ

KOMUM FLJÓTLEGA E-Z DICKENS OFURHETJA BÓK 4
Á IS

FICTION

Everyone's Child

Ribby's Secret

**Thirteen Short Stories (which includes: The
Umbrella and the Wind; Margaret's Revelation;**

Dandelion Wine (READERS' FAVOURITE BOOK AWARD FINALIST))

Interviews With Legendary Writers From Beyond (2ND PLACE BEST LITERARY REFERENCE 2016 METAMORPH PUBLISHING)

Plus Size Goddess

NON-FICTION

103 Fundraising Ideas For Parent Volunteers With Schools and Teams (3RD PLACE BEST REFERENCE 2016 METAMORPH PUBLISHING.)

+ Children's books

www.ingramcontent.com/pod-product-compliance
Lightning Source LLC
Chambersburg PA
CBHW051200120626
46547CB00012B/1141